नववर्षाची अनपेक्षित भेट!

मूळ लेखक - ख्रिस्तोफर चेंग
चित्रकार - दी वू

अनुवाद - मालविका आमडेकर

मेहता पब्लिशिंग हाऊस

NEW YEAR SURPRISE! by Christopher Cheng and Di Wu

Published by the National Library of Australia
Canberra ACT 2600

Translated into Marathi Language by Malvika Amdekar

Year of Publication : March, 2018

नववर्षाची अनपेक्षित भेट / बालसाहित्य

अनुवाद : मालविका आमडेकर,
१९, रेश्मा रेसिडेन्सी, लोकमान्य कॉलनी, पुणे ४११०३८.
Email : malvika.amdekar@gmail.com

प्रकाशक : सुनील अनिल मेहता
मेहता पब्लिशिंग हाऊस, १९४१, सदाशिव पेठ,
माडीवाले कॉलनी, पुणे ४११०३०. फोन : ०२०-२४४७६९२४
Email : info@mehtapublishinghouse.com
Website : www.mehtapublishinghouse.com

मुद्रक : स्पेक्ट्रम ऑफसेट, डी-२/४,
सत्यम इस्टेट, सीडीएसएसच्या मागे,
एरंडवणे, पुणे ४११००४.

प्रथमावृत्ती : मार्च, २०१८

किंमत : ₹ ७०

ISBN 9789387789340

माझ्या सर्व चिनी नातेवाईकांना

ख्रिस्तोफर चेंग हे पुरस्कार विजेते लेखक आहेत. त्यांनी लहान मुलांसाठी सत्यकथा, चित्रकथा आणि चिनी कथानक असलेल्या पौराणिक आणि काल्पनिक कथा लिहिलेल्या आहेत. ते 'सोसायटी ऑफ चिल्ड्रन्स बुक रायटर्स अँड इलस्ट्रेटर्स'च्या सल्लागार समितीचे सहसचिव आहेत. त्यांना बालसाहित्य लेखनासाठी 'लेडी कटलर ॲवॉर्ड'ही मिळालेला आहे.

दी वू यांचा जन्म चीनमध्येच झाला. ते एका मोठ्या चायनिज फाईन आर्ट्स पब्लिशिंग कंपनीमध्ये संपादक आणि चित्रकार म्हणून काम करत. १९८४ मध्ये ते ऑस्ट्रेलियात आले. तिथे त्यांनी 'रिबेल' (ॲलन बेलीसह) पासून पुस्तकांचे चित्रांकन करायला सुरुवात केली. १९९५ साली चिल्ड्रन्स बुक कौन्सिल ऑफ ऑस्ट्रेलिया पिक्चर बुक ऑफ द ईयरसाठी त्यांना नामांकन मिळालेले होते. त्यानंतर त्यांनी अनेक पुस्तकांसाठी चित्रं काढली.

छे! छे! झोप लागणं अशक्य आहे बुवा!
गावातले सगळे लोक नवीन वर्षाच्या वसंतोत्सवाची तयारी करण्यात मग्न आहेत अगदी.

बाबा म्हणत होते की, या वर्षी ते मला काहीतरी खासम्खास काम देणार आहेत म्हणे; पण ते काम कुठलं ते मात्र त्यांनी अजून मला सांगितलेलं नाहीए.
'ते ना, एक सरप्राइज आहे!' बाबा हसत हसत म्हणाले.
आजोबांनी सुद्धा हसत हसत मान डोलावली.

ताई आणि आई कितीतरी वेळ कोफ्ते बनवत होत्या.
'अरे बापरे, इतके ढीगभर कोफ्ते कुणासाठी बनवलेत?' मी विचारलं.
'अरे, सगळेच्या सगळे काही आपण खाऊ शकणार नाही. त्यातले काही प्रसादासाठी आहेत आणि काही पाहुण्यांसाठी, पण जास्त करून आपल्यासाठीच बरं.' आई म्हणाली.
मला कोफ्ते जाम आवडतात.
'आणि ते लपवलेलं नाणं?'
'नाणं? कसलं नाणं?' आई मला चिडवत म्हणाली.
'अरे, या सगळ्या कोफ्त्यांमधल्या एका कोफ्त्यामध्ये लपवलंय ना,' ताई खिदळत म्हणाली.
ते जर आजोबांना मिळालं ना, तर ते मलाच देऊन टाकतील, मला पक्कं माहीत आहे!

आणि मग काय झालं, माहीत आहे का? रात्री जेव्हा आम्ही ते कोफ्ते खायला घेतले, तेव्हा नेमकं आजोबांनाच नाणं असलेला कोफ्ता मिळाला. 'व्वा, अगदी शुभलाभच जणू!' माझ्या हातात ते नाणं ठेवत आजोबा म्हणाले. मी त्यांच्या कानात हळूच म्हणालो की, त्यांनी चुकून ते नाणं गिळलं नाही, तेच नशीब.

福

आम्ही सगळं घर घासून, पुसून लख्ख करत होतो. सगळं घर आम्ही असं काही चकाचक करून टाकलं आहे की मला माझा चेहरा आजोबांच्या खुर्चीच्या पाठीवर दिसतोय.
आतली धूळ बाहेर झटकून टाकण्यासाठी मी दरवाजा उघडला. तेवढ्यात आई आतून ओरडली, 'आपण मागच्या दारातून धूळ झटकतो बेटा, विसरलास की काय? पुढच्या दारातून धूळ झटकण्यानं भाग्य रुसतं बरं!'

‘गोंग क्सी फा काई! नवीन वर्षाच्या शुभेच्छा, झोपाळू बाळा!’ माझे केस विस्कटत ताई लाडानं म्हणाली. ‘आजच्या या खास दिवशी तू काय करणार आहेस कुणास ठाऊक!’

福

बाबांनी तर आधीच समोरच्या दाराशी लाल पताका लावून ठेवलेल्या आहेत. त्यावर वसंतोत्सवाचे शुभ संदेश लिहिलेले आहेत. त्यांनी आकाशकंदिलही लटकवलेले आहेत.
....हं...म्हणजे, हे काही माझं खास काम दिसत नाहीए.

दादा त्याच्या मित्रांबरोबर पतंग उडवायला चाललाय. बहुतेक त्याचा लाडका पतंग उडवणं हे माझं खास काम असावं.
'तुला पहायला यायचं असेल तर नक्की ये, पण अजून पतंग उडवण्याइतका काही तू मोठा झालेला नाहीस. पतंग उडवता उडवता तूच उडून जाशील!'
याचा अर्थ, हे ही माझं खास काम दिसत नाही.

फेरीवाले काका वसंतोत्सवानिमित्त भरपूर गमती-जमतीचं सामान घेऊन येताना दिसताहेत. पण मी त्यांच्या टोपलीत डोकावून पाहणारच होतो, तितक्यात बाबांनी खेळण्यातलं बदक घेतलं.

....म्हणजे, हे सुद्धा माझं खास काम नाही.

मी ही ते बदकच घेतलं असतं.

जेव्हा आमच्याकडे पाहुणे येतात तेव्हा आम्ही त्यांना चहा देतो.
आजोबा जेव्हा त्यांना किस्से सांगत असतात तेव्हा मी खदखदून हसतो.
मागच्या वर्षी मी पहिल्यांदाच सगळ्यांना चहा दिला होता.
....त्यामुळे हे पण माझं खास काम दिसत नाहीए.

福

‘हे बघा बाबा! हे बघ आई!’
‘थँक यू, काकू. थँक यू, काका.’
भरपूर पैसे घालून ते मला लाल रंगाची पाकिटं देतात. मग आम्ही फटाके उडवून उत्सव साजरा करतो. मला फटाके उडवायची परवानगी आहे.
....तर मग, तेही माझं खास काम नाही म्हणायचं!

春

ड्रॅगन डान्स करण्यासाठी दादाचे मित्र आले आहेत.
'ए छोटू, तू खूप लहान आहेस अजून,' मला ड्रॅगनच्या शर्टात पाहून एकजण ओरडला.
'तुला ड्रॅगन पोल्स धरताच येणार नाहीत,' दादा शर्ट घालता घालता माझ्या कानात कुजबुजत म्हणाला.
'....अच्छा, तर मग, हे ही माझं खास काम दिसत नाहीए,' मी स्वत:शीच पुटपुटलो.

जेव्हा बाबा बोलायला लागले तेव्हा सगळेजण नेहमीप्रमाणे त्यांचं बोलणं ऐकू लागले.

'मी पर्ल ऑफ विजडम हातात घेणार आहे. आणि तू ही एक तुझ्या हातात घेतलास तरी चालेल, बेटा!'

'आपण दोघे मिळून ड्रॅगनच्या पुढे चालूया आणि त्याला वाट दाखवूया, म्हणजे मग तो आपल्या गावात भाग्य घेऊन येईल.'

‘आणि हेच आहे तुझं खास काम!’

त्या रात्री मी खूप खूप दमलो होतो.
त्यामुळे मला पटकन झोप लागली.

बाकीचं गावही झोपेत हरवून गेलं होतं.

हे पुस्तक लिहिताना...

ही गोष्ट लिहिण्याची कल्पना सुचली तेव्हा मी एक पुस्तक वाचत होतो. चीनमधल्या उत्सवावरच्या या पुस्तकाचं नाव होतं, 'लाँग एस्टॅब्लिश्ड कस्टम्स ऑफ चायनिज फेस्टिव्हल्स'. हे पुस्तक ऑस्ट्रेलियाच्या एशियन कलेक्शनमध्ये सापडेल आणि nla.gov.au/nla.pbj-३२२९२८२१ वरती हे ऑनलाइनही मिळू शकेल. या पुस्तकातली काही चित्रं तुम्हाला या पानांवर दिसतील.

दी वू, या चित्रकाराचं मनोगत...

सत्तेचाळीस वर्षांपूर्वी ईशान्येकडील चीनमधला मी साधासुधा शेतकरी होतो. वसंतोत्सवाच्या वेळी सगळीकडे बर्फच बर्फ असायचा. त्यामुळे या पुस्तकातली चित्रं रेखाटण्यासाठी मी चीनमधल्या गुयांग्झॉला परत जायचं ठरवलं. यातली चित्रं मी जुन्या चिनी पद्धतीनुसार हातात चिनी ब्रश धरून रंगवलेली आहेत, शिवाय मी तांदळापासून तयार केलेल्या कागदांवरती ती चित्रं काढलेली आहेत.

परिसराविषयी....

'नववर्षाची अनपेक्षित भेट,' ही गोष्ट उत्तर चीनमधली आहे. गोष्टीतल्यासारखी गावं अजूनही तिथे आहेत. वसंतोत्सवाच्या वेळी (चिनी नववर्ष) उत्तर चीनमध्ये खूप गारठा आणि बर्फाळ हवामान असतं. या दिवसात सगळेजण भरपूर कपडे घालतात आणि एका छोट्या भट्टीवर बांधलेल्या कठड्यावर झोपतात. गरज पडेल तेव्हा हाच कठडा जेवणाचं टेबल म्हणून वापरला जातो. मग त्या वेळी कठड्यावरच्या गाद्या बाजूला उचलून ठेवल्या जातात. इथे बऱ्याच चालीरीती अजूनही तशाच प्रकारे पाळल्या जातात -

छोट्या भावाचे केस जसे या पुस्तकात दाखवले आहेत,

वसंतोत्सवाचा महत्वाचा भाग म्हणजे ही ड्रॅगन नृत्यं.

तसेच उत्तरेतल्या मुलांचे केस असतात. झाडू विशिष्ट प्रकारच्या झाडापासून आणि बांबूपासून ताटं बनवली जातात. संपूर्ण चीनमध्ये चहा करण्याची आणि पाहुण्यांना देण्याची विशिष्ट पद्धत आहे. यासाठी वेगवेगळ्या प्रकारची चहाची भांडी, कप, ट्रे आणि गाळणी वापरली जातात.

चीनमधले उत्सव...

चीनमधले उत्सव हे पिढ्यान्‌पिढ्या साजरे होतात. पूर्वीच्या काळी ऋतुबदल आणि पिकाची कापणी झाली की उत्सव साजरे व्हायचे. हल्ली उत्सवांकडे कुटुंबांनी एकत्र यायची संधी म्हणून पाहिलं जातं. शानदार मेजवान्या, कोफ्ते, नूडल्स, बनपाव आणि केकसारखे उत्तमोत्तम खाद्यपदार्थ खास या उत्सवांसाठी बनवले जातात. वाईट शक्तींना हाकलून देण्यासाठी फटाके उडवतात आणि एकमेकांना भाग्योदयासाठी, उत्तम प्रकृतीसाठी आणि आनंदासाठी शुभेच्छा देतात.

वसंतोत्सव किंवा चिनी नववर्ष हा तिकडचा मोठा उत्सव माझ्याही आवडत्या उत्सवांपैकी एक आहे. चिनी पंचांगाप्रमाणे शेवटच्या महिन्यातला शेवटचा दिवस आणि नवीन वर्षाच्या पहिल्या महिन्याचा पंधरावा दिवसांच्या काळात हा साजरा केला जातो. वसंतोत्सव **आकाशकंदिलाच्या उत्सवासोबत** संपतो. साधारणपणे फेब्रुवारी किंवा मार्च महिन्यात वेगवेगळ्या प्रकारांचे आकाशकंदिल दारावरती टांगले जातात.

आपल्या संपूर्ण कुटुंबातर्फे सरत्या वर्षाच्या निरोपासाठी आणि नववर्षाच्या स्वागताला चीनमधल्या वेगवेगळ्या भागांमधून नातेवाईक एकत्र येतात. या शुभेच्छा एका

सर्वजण नवीन वर्षाच्या दिवशी एकमेकांना म्हणतात, 'नववर्षाच्या शुभेच्छा!' एका लहान मुलानं काठीवर फटाक्यांची माळ धरली आहे.

ऐन रणरणत्या उन्हाळ्यात ड्रॅगन बोट रेसिंग केलं जातं. सगळेजण ड्रम्स आणि गोंगच्या तालावर आपापली बोट वल्हवतात.

लाल कागदावर लिहितात आणि आपापल्या घरांच्या दारावर चिकटवतात किंवा दाराबाहेर लटकवतात. बऱ्याचदा ही लाल चिठोरी उलटी लटकवलेली असतात. याचा अर्थ असतो की सद्भाग्य उजळत येत आहे. चिमुकल्यांना लाल पाकिटांमध्ये पैसे घालून आहेर, निरनिराळ्या भेटवस्तू आणि मिठाया देतात. जोरजोरात फटाके वाजवून उत्सव साजरा केला जातो. वसंतोत्सवाच्या वेळी पारंपरिक जॅकेट्स घातली जातात - पूर्वीच्या काळी काळसर लाल रंगाची घातली जायची, पण हल्ली कुठल्याही रंगाची घातली जातात. वसंतोत्सवातल्या सर्व मेजवान्यांमध्ये शुभशकुनाचं चिन्ह असलेल्या माशाचे पदार्थ बनवले जातात.

ड्रॅगन आणि लायन डान्स ही वसंतोत्सवाची खास आकर्षणं असतात. तिकडे समज आहे की ही नृत्ये भाग्यताऱ्याला चमकवतात, सुखसमृद्धी आणतात आणि वाईटाला दूर पळवून लावतात. हे नाच खूप जोशपूर्ण आणि काहीसे उग्र असतात. कधी कधी या नाचासोबत फटाकेही उडवले जातात.

चीनमध्ये पूर्वापार पतंग उडवण्याची प्रथा आहे. पतंगांविषयीची एक जुनी म्हणही प्रचलित आहे- 'जे पतंग उडवतात, ते दीर्घायुषी होतात.' वसंतोत्सवाच्या वेळी अनुकूल हवामान असेल तेव्हा पतंग उडवणं फारच लोकप्रिय आहे.

हे आहेत माझे आणखी काही आवडते उत्सव -

कुइंगमिंग फेस्टिव्हल किंवा टुंब-स्विपिंग डे. हा दिवस पूर्वजांच्या स्मरणार्थ साजरा केला जातो. नातेवाईक थडग्यांभोवती जमा होतात आणि वाकून आदरांजली वाहतात. मग फुलं आणि प्रसादाचे पदार्थ

चीनमध्ये पतंग बनवण्याच्या आणि उडवण्याच्या स्पर्धा खूप प्रसिद्ध आहेत. तिथे कुठल्याही आकाराचे पतंग असू शकतात.

मून फेस्टिव्हलच्या वेळी चंद्र खूप तेजस्वी दिसत असतो. या महोत्सवात सगळे जण मून केक वाटून खातात.

हे चित्र ऑस्ट्रेलियन लायब्ररीच्या संग्रहात असलेल्या 'अल्बम ऑफ चायनिज सेलबोट्स अँड अदर सेलिंग क्राफ्ट' (nla.gov.au/nla.cat-vn६४८५०१९) मधले आहे.
हे एका दक्षिण चीनमधल्या एकोणिसाव्या शतकातल्या हाऊसबोट आणि कोळ्याचं चित्र आहे.

थडग्यांपाशी ठेवतात.

ड्रॅगन बोट फेस्टिव्हलमध्ये ड्रॅगनच्या आकाराच्या बोटींची शर्यत लागते. या स्पर्धेत जगभरातल्या देशांमधून संघ सहभागी होतात. ऑस्ट्रेलियात बरेच ड्रॅगन बोट संघ आहेत. बांबूच्या पानांमध्ये गुंडाळून तयार केलेला चिकट, मऊ भात म्हणजेच झोंगझी, हा या उत्सवाला केला जाणारा खास पदार्थ.

मिड-अँटम फेस्टिव्हल किंवा मून फेस्टिव्हल मध्ये सर्व जण पौर्णिमेच्या चंद्राकडे पाहून आभार मानतात. नातेवाईक आणि मित्र-परिवार एकमेकांना चंद्राच्या आकाराचे गोल स्वादिष्ट केक देऊन दीर्घायुष्यासाठी नि आनंदासाठी शुभेच्छा देतात.

पूर्वीच्या काळी चीनमध्ये ९ या आकड्याला शुभ मानलं जात असे. त्यामुळे नवव्या महिन्यातल्या नवव्या तारखेला **चोंगयांग फेस्टिवल** नावाचा उत्सव साजरा होतो. त्यालाच डबल नाईन्थ फेस्टिव्हल असेही म्हटले जाते. या दिवशी सगळे नातेवाईक डोंगर चढत एकत्र जमतात. चोंगयांग केक खाऊन डेझीसारख्या फुलांचे देखावे करून लोक हा सण साजरा करतात.

ऑस्ट्रेलियन नॅशनल लायब्ररीतला खजिना

ऑस्ट्रेलियातल्या नॅशनल लायब्ररीमध्ये जगातलं सर्वात मोठं चिनी पुस्तकांचं संकलन आहे. त्यात ३००० पेक्षा अधिक पुस्तकं, ९००० मासिकं आणि वृत्तपत्रं, चित्रं, नकाशे, मायक्रोफॉर्म्स आणि इलेक्ट्रॉनिक साधनांसारखे हजारो प्रकार उपलब्ध आहेत. ही लायब्ररी कॉपीराईट नसलेला मजकूर डिजिटाईझ करून जगभरातल्या यूजर्ससाठी मोफत ऑनलाइन उपलब्ध करत आहे. काही महत्वाच्या चिनी संकेतस्थळांचे ते संग्रहण करत आहेत.

चिनी कलेक्शनबाबतच्या आणखी माहितीसाठी, nla.gov.au/asian/chinese बघा किंवा chinese@nla.gov.au वरून लायब्ररीशी संवाद साधा.

टीचर्स नोट

'नववर्षाची अनपेक्षित भेट' साठी टीचर्स नोट publishing.nla.gov.au/pages/teachers-notes.do वरती उपलब्ध आहे.

वसंतोत्सवात मदत करायची इच्छा असलेल्या छोट्या भावाला, 'तू अजून खूप लहान आहेस,' असं सांगितलं जातं. असं असताना संपूर्ण गावात फिरून सहभागी व्हायचं तो कसं जमवतो ते त्याच्यासोबत या पुस्तकात भटकून पहाच!

ख्रिस्तोफर चेंग यांची गोष्ट आणि दी वू यांची चित्रं, उत्तर चीनमधल्या बर्फाळ खेडेगावातल्या नववर्षाच्या उत्सवाला अगदी जिवंतपणे या पुस्तकात साकार करतात.

मेहता पब्लिशिंग हाऊस

www.mehtapublishinghouse.com

बालसाहित्य

1 ₹ 70

ISBN 9789387789340

9 789387 789340

Follow us

कांगारू देशीच्या गोष्टी

चहा साखरेचा नाताळ

जेन जॉली • रॉबर्ट इंगपेन

अनुवाद - मालविका आमडेकर

L George
STOCK
Roy Hill
Balfour Downs
Talawana
Marillana
Ethel Creek
Lake Disappointment
Mt Newman
Jiggalong Mission
Sylvania
Mundiwindi
Savory
Ck
Bulloo Downs
HIGHWAY
CANNING
GIBSON
DESERT
Christopher Lake
RAWLINSON
White Lake
Tangadee
L Burnside
331
Glenayle
ingah Springs
ree Rivers
WESTERN
AUSTRALIA
Neds Creek
L Gregory
Granite Peak
Earaheedy
Carnegie
L Breaden
GREAT NORTHERN
Warburton Mission
L Teague
Doolgunna
New Springs
Wongawol
Cunyu
Lorna Glen
Mooloogool
Windidda
Lake Carnegie
Jundee
Paroo
Lake Violet
Baker Lake
115
Wiluna
L Wells
L Way
Meekatharra
Murchison Downs
Lake Way
L Maitland
Youno Downs
GREAT
VIC
Yeelirrie
Mt Keith
L Throssel
111
Cogla Downs
Yakabindie
L Darlot
L Yeo
Leinster Downs
Melrose
Depot Springs
188
Sandstone
Erlistoun
Agnew
Pinnacles
Paynesville
Atley
Black Hill
White Cliffs
83
Nambi
Rason Lake
Salt Lakes
Bulga Downs
Sturt Meadows
Laverton
Ida Valley
Gwalia-Leonora
Murrin Murrin
Youanmi
L Carey
Jubilee Lake
Shell Lakes
Cashmere Downs
Copperfield
Lake Barlee
L Raeside
L Ballard
Yerilla
L Minigwal
Pindabunna
Menzies
146
Edjudina
Callion
NULLARBOR
L Rebecca
Pinjin
Gindalbie
Mt Jackson
Ora Banda
Broad Arrow
Carbine
Loongana
KALGOORLIE
Bonnie Rock
Mayfield
Bulong
TRANS-AUSTRALIAN
Koolyanobbing
Karonie
Zanthus
Rawlinna
L Deborah
Coolgardie
24
BOULDER
Cowarna
L Seabrook
Mt Monger
Mukinbudin
Bullfinch
Kambalda
HAMPTON
TABL
Southern Cross
HWY
Lake Lefroy
Nungarin
Boddalin
Yellowdine
Mundrabilla
Widgiemooltha
105
347
Marvel Loch
Madura
Merredin
Lake Cowan
445
Cocklebiddy
Fraser Range
Red
Balladonia
EYRE
HWY
John Eyre
Norseman
Pt Dover
Narembeen
Hyden
L Carmody
The Johnston Lakes
L Dundas
Nanambinia
Kondinin
Karlgarin
Pt Culver